போர்களச்சிற்பிகள்

பா.சுரேகா

புக் வெஞ்சர்ஸ்

போர்களச்சிற்பிகள்
ஆசிரியர் © பா.சுரேகா

முதற்பதிப்பு 2021
பக்கங்கள் 114

Published by Book Benchers 2021

ISBN 978-93-91423-68-1

ThebookBenchers@gmail.com
Contact 9944992571

Affliateded By
Aelay Publish
www.aelaypublish.com

முன்னுரை

தனக்காக வாழும் மனிதர்களுக்கு மத்தியில், வாழ்ந்தாலும் வீழ்ந்தாலும் நான் தேசத்திற்க்காக மட்டுமே என்று எப்போதும் ஒரு குரல் கேட்கும்.நீங்கள் நினைப்பது சரி தான், நம் ராணுவ வீரர்கள் தான் அவர்கள். ராணுவ வீரனின் பெருமை, உணர்வு, அவர்களின் வாழ்க்கை,அவர்கள் படும் துன்பங்கள் ஆகியவற்றை கவிதைகளாக விளக்க இந்நூல் முயன்றுள்ளது. இந்நூல் அனைத்து ராணுவ வீரர்களுக்கும் சமர்ப்பணம்!

தமிழை சுவாசிப்பவள்

பா. சுரேகா

எனது பெயர் தமிழை சுவாசிப்பவள்
பா. சுரேகா. சங்கம் வைத்து தமிழை வளர்த்த மதுரையில்
வாழ்கிறேன். பாத்திமா கல்லூரியில் தமிழ் இளங்கலை
இரண்டாம் ஆண்டு படிக்கும் மாணவி.தமிழில் ஒரு தீராத
தாகம். இளம் பேச்சாளர். தமிழின் மேல் இருந்த தாகத்தால்
கவிதை எழுத துவங்கினேன்.
நான் சாகும் போதும் தமிழ் படித்து சாக வேண்டும்.. என்
சாம்பலிலும் தமிழ் மணந்து வேக வேண்டும்!

இராணுவம் போற்றுவோம்
நிலைமண்டில ஆசிரியப்பா

மிடுக்காய் எங்கும் துடிப்பாய் நின்றே
அடுக்காய் அனைவரும் சிறப்பாய் இணைந்து
நாட்டைக் காக்கவே தூக்கம் இழந்தே
துப்பாக்கி ஏந்திய துவளா வீரர்களே (1)

மண்ணினைக் காக்கவே மனதினுள் தினவாய்
குளிரினில் மிகுந்த இமயம் முதலாய்
குமரியின் கடைவழி வரையில் அமைதியாய்
கடமையைச் செய்திட இருப்பர் இணைந்தே (2)

துணிந்து யாரும் எல்லையைக் கடந்தால்
வெகுண்டு எழுந்து தடுத்தே அவர்களை
விரட்டியே துரத்திடும் தீரம் மிகுந்த
இந்திய நாட்டின் ராணுவ வீரரே (3)

இவர்களை பெற்றதால் அமைதியாய் நாடும்
பொன்போல் காப்பில் பெரும்படை பார்வையில்
குளிராய் பொழியும் மேகமாய் இருக்க
ராணுவம் போற்றுவோம் படையைப் போற்றியே.! (4)

நன்னாடன்

இராணுவ வீரனின் வாழ்க்கை

குடும்பத்தை பிரிந்து கொண்டு
சத்தத்தோடு ஒரு வாழ்க்கையாம்

பிள்ளைகளிடம் பிரியம் காட்ட
முடியாமல் பிரிந்து சென்று பீரங்கி யோடு
ஒரு பயணமாம்

கடைசி நேர தருவாயில் கூட
கட்டிப் பிடித்து அழ ஆளின்றி
அனாதைப் பிணங்களோடு ஒரு பிழைப்பாம்
எதிர்வரும் எதிரிகளை எதிர்க்க
இளகிய இதயம் இரும்பாக மாறிவிட
உடல் எந்திரத்தனமாய் மாற
ஏக்கங்கள் கூடி போக
அலைபேசியில் அன்பு உள்ளங்களை
தேடி நாடி ஓடும் உயிராம்
ஆள் கொள்ளும் தோட்டாவை
அனுதினமும் ஏந்தி திரியும் வீரனே
உன் நிலையை நினைத்து பார்க்க
உன்னை புகழுரை பாட
உலகோருக்கு ஒரு நிமிடம் கிடைக்கவில்லையோ !

கவிஞர் சை. சபிதா பானு
காரைக்குடி

அழகிய தேசமே

எங்களின் அழகிய தேசமே இதுவே
எங்களின் வாழ்நாள் சுவாசமே
எங்கள் இயற்கை பூமியில் எங்கும்
மலர்களின் வாசம்
எதிரிகள் அழிக்க நினைத்தால்
எங்களின் தோட்டாக்கள் அவர்களை சிதறடிக்குமே
என்றும் உங்களை நாங்கள் காத்து நிற்போமே
உங்கள் கண்கள் உறங்கினாலும்
எங்கள் இமைகள் எங்களை மூட விடாது
காத்துநிற்கும்
எவ்வளவு தடைகள் வந்தாலும்
அதையெல்லாம் உடைத்தெரிவோம்
என் நாட்டு மக்களுக்காக
பகைவர் நாட்டுப் படைகளின் தலைகளை
பகடை போல உருட்டி விடுவோம் பாதாளத்திலே
ரத்தத்தை குடிக்கும் அரக்கர்களை
அடியோடு அழித்திடுவோம்
ஆயுதம் தாங்கி நின்றிடுவோம்
என்றும் உங்களை காத்திடுவோம்
. நமக்குள் எவ்வளவு எல்லைகள்
இருந்தாலும் தூரங்கள் இருந்தாலும்
என்றும் உங்கள் உள்ளங்களில்
நாங்கள் வாழ்ந்திடுவோம்
எங்களுக்கு உடலளவில் மரணம்
ஏற்படும் மனதளவில் என்றும் மரணமில்லை.
இறந்த பின்பும்மூச்சுக்காற்றோடு
உங்களை காத்து நிற்போம் !

முசக்திவேல்.

ராணுவ வீரர்களின் குரல்

போர்களச்சிறப்பிகள்

நாட்டின் எல்லையில் மட்டுமல்ல
நாட்டின் உள்ளேயும் காவல் நாங்கள் தான்

கவலை வேண்டாம் எங்களின் இழப்பு
பல இளைஞர்களுக்கு ஓர் உத்வேகம்

கவலை வேண்டாம் பல
பெற்றோர்களின் வீரம் நாங்கள்

கவலை வேண்டாம் நம் நாட்டு
மக்களின் நிம்மதி நாங்கள்

கவலை வேண்டாம் நம் நாட்டு
மக்களின் பாதுகாப்பு வேர்கள் நாங்கள்

கவலை வேண்டாம் நம் நாட்டை காத்திட
காடுகளிலும் மலைகளிலும் நாங்கள்
ஏற்கும் கடும் தவமே எங்கள் வரம் !

அ.ரஹீம் ஜாவித் .
திருச்சி

மண்ணெங்கும் சிவப்பு

எல்லையற்ற ஒரு அன்பு என்றால்
எல்லையில் அவர்களின்
தியாகத்தை தானே கூற வேண்டும்
வீர மண்ணெங்கும் சிவப்பு நிறம்
அவர்களின் போராட்டமோ இது
நாம் இங்கே நிம்மதி கொண்டு
உறங்கிட - அங்கே
அவர்களின் உறக்கம் நம்மை
ஏக்கமாய் பார்க்க
ஈடுஇணை ஏதும் உண்டோ - அவர்களின்
பெரும் வலிக்கு பின் தோன்றும்
வீர சிரிப்பின் முன்
கலங்காமல் காப்பவள் தாயென்றால்
எல்லையிலும் ஓர் தாய்மையே உணர்கிறோம்
பல காயங்கள் ஆன போதிலும்
தாய் மண்ணை காக்க பிறந்த
வீரப்பெருமக்கள்
விளக்கவுரை ஏதும் தேவையில்லை
உறவுகளை பிரிந்து வாடும் அந்த
காதலுக்கு
எல்லை எனும் போர்வைக்குள் நம்மை
அணைத்தபடி

ஆயிரம் உணர்வுகள் வெளிபடுத்தப்படாமல்
பேனாவின் மைத்துளிகளால் எழுதி
முடிக்கப்படாத கவிதைகள் அவர்கள்
இரத்தத்தை மையாக்கி உணர்த்த முயலுகிறேன்
தியாகத்தின் உச்சம் என் இராணுவ உறவுகள் என்று
தலை வணங்கியபடி.!

நர்மதா.சு

வீர(ன்)மரணம்

கனவுன்னு கண்ணவிட்டு மறஞ்சு
எல்லையில மண்மவன்
கனவா அவன் போகலாம்ன்னு
தெரிஞ்சுதான் அனுப்பிவெச்சேன்
கட்டாந்தரையில பசி பழகி நீ தூங்க,
எம்பாட்டு கேட்டா பசிக்கூட
மறந்துடுன்னு நீ சொன்ன
உன்ன கட்டையில படுக்க வெச்சி
ஒப்பாரி பாடும்படி ஆயிட்டுது
இப்ப எம்பாட்டு கேட்டு நீ எழுந்திட மாட்டியானு
இந்த பாதகத்தி பாடுறது உன் காதுக்கு கேக்கலையே
உன்ன தோள் மேல வெச்சு வளத்தவரு
நீ இருந்தவர கருத்து மாத்தி பேசுனவரு
பட்டாளத்தில பையன்னு பெரும பட்டவரு
அப்பாணு கூப்பிட ஆள் இல்லாம ஆனதால
பேராலமரம் சாஞ்சதாக கண்ணீர் வாக்குராரே
கண்ணீர துடைக்கவாச்சு கண நேரம் வாருமய்யா
எங்களுக்கெல்லாம் வர வேணாம் - நீ
எங்களுக்கெல்லாம் வர வேணாம்
உன் தாலி வாங்கி வந்தவளுக்கு
மயக்கமே தெளியலயே
உன் குரல் கேட்டா உடனே எழுந்துடுவா
ஒருவாட்டி கூப்பிடய் ....

பிள்ள சத்தம் கேட்டுதுன்னா
பட்டாளத்திள இருந்து பறந்தே வருவன்னு
பத்து நாள் முன்ன பிறந்த
உம்பிள்ளையும் கத்துறத
என் கண்ணே கண் திறந்து பாருய்யா.!

-பைரவி,சென்னை.

பட்டாளத்துக்காரன்

சதுப்பு நிலச்சகதி
இடுப்பு வரை இறுக
முதுகெலும்பு புடைக்க
சுடுங்கருவி சுமந்து
நாற்திசையும் நோட்டமிட
நாளமும் அயர்வு பெறும்

ஒடித்த கிளை ஊன்றி வைத்தாலும்
அடுத்தநொடி வேர்பிடிக்கும் சேறு
குறித்த நேரம் பணித்த வேளை
கீழ்படிதல் தவிர வேறு ஏது?
வயிற்றுத்தீ பற்றினாலும்
வந்த பாதை மீண்டு
வயிறார வாயார
ஆகுமே பல நாழி

உபாதை கழிக்க முயல
உள்ளுறுப்பு ஒடுங்கிக்கொள்ளும்
ஒதுங்கிடம் சென்ற பின்னும்
ஒத்துழைக்கத் தாமதிக்கும்

அப்பால் நகர்ந்தால் அந்தோ பாலைவனம்
வெண்சூட்டு மணற்பரப்பில்
கதிரவனின் அனல் மூட்டம்
வழியெங்கும் வளி நெகிழ்ந்து
வேதாளமாய் படங்காட்டும்

காற்று கடத்தி வரும் வெப்பம்
இமைவிழி ஈரத்தையும் பற்றும்
குடுவைநீர் தீர்ந்துவிட
உடற்சூடு வியாபிக்கும்
வீசுகிற வன்காற்று
பந்தல்கூடத்தை பதம்பார்க்கும்

கள்ளி கற்றாழை
அந்த பரந்துபட்ட மணல்வெளியில்
இந்தப் பங்காளிகளும் கங்காணிகளாவர்

மேற்கெல்லை இப்படியென்றால்,
வடக்கெல்லை வானளந்த மலை
இயற்கையின் அழகு முகடுகளில் பொங்கி
பள்ளத்தாக்குகளில் படிந்து வழியும்
நித்தமும் கேட்கும் நீரோடைச்சத்தம்
மனிதச்செயலால் மாசுபடா குறிஞ்சிநிலம்
மாறுபடும் வானிலையால்
பனிப்புயலோ நிலச்சரிவோ
உறைநிலைக்கும் கீழான வெப்பநிலை
சியாச்சின் பனிமலையில்
சுவாசிப்பது சிரமநிலை
கவச உடை அணிந்து
கண்ணாடி வழி நோக்கி
காதவழி நடந்து
களைப்போடு நெடுமூச்சு

எதிரிகளின் ஊடுருவல் தடுக்க
வெண்மை நோக்கியே
புன்மையுறும் கண்கள்
தண்மை ஈர்த்தே
மெய்விதிர்க்கும் மேனி

பதுங்குக்குழிக்குள் பள்ளையச்சோறு
பலநேரமோ புசியும்படி இராது
அடுப்பு மூட்டிட புகை எழும்பும்
அக்கணம் தொடரும் பகைவன் அழும்பும்!
கிடைத்தனவெல்லாம் படைத்தவன் அளந்தது
அதில் தெரிவுசெய்யவோ தேவை இராது

அன்றுப்போல் இன்று இல்லை
கட்டளைக்கென காத்திருக்கும்
காலமில்லை இவ்வேளை
தளபதிக்கும் தலைவனுக்கும்
தகவல்தொடர்பில் தடங்கலில்லை
உதாரணத்துடன் உரைத்திடவா?
அயலக உறவு திண்ணியது
அதனதன் விசையை தள்ளியது
வீழ்ந்தபின்னும் சோர்ந்திடாத மைந்தன்
பீடுநடை போட்டுவந்த அபிநந்தன்

குண்டு துளைக்காத சீருடை
நிரம்பி நிற்கும் பாசறை
குவிந்து மேவிய படைக்கலம்
துணைக்கு வந்த தொழில்நுட்பம்
வெற்றிகொள்ள வினைத்திட்பம்

அருஞ்சமர் புரிந்திடும் போராளி
ஆற்றல் அழுத்திடும் பேராழி
கழுகுப்பார்வை செலுத்தி வந்து
கணவாய்களை கடந்து வந்து
களம் காணும் வீரர்கள்
பாரதத்தாயின் புதல்வர்கள்

தேசம் காக்கும் நேசமகன்
எதிரியின் குண்டால்
சடுதியில் உயிர்விட
ஈகியரின் பூத உடல்
பயணப்படும் ஊருக்கு

இல்லாளின் இதயஒலி
பிள்ளைகளின் பரிதவிப்பு
உறவுகளின் ஓலக்குரல்
அரசுசார்பில் நல்லடக்கம்
யாவும் அரங்கேற
வானில் முழங்கும் 21 குண்டுகள் !

ஆ.கார்த்திகைநாதன்
அந்தமான் & நிக்கோபார் தீவுகள்.

<hr>

போர் வீரனின் மன போராட்டங்கள்

வாளை ஏந்தவே வாசலைப் பிரிந்தேன்
ஊரைக் காக்கவே உறவைப் துறந்தேன்
எல்லையில் நிற்கவே என்னவளை பிரிந்தேன்
இனி,
சேனா பலமே என் சுவாசமாகும்
போர்க்களமே இப்போர் வீரனின் பசித்தீர்க்கும்!
என் உதிரமே உற்றாரின் உயிர் காக்கும்
நீங்கள் நிம்மதியுடன் நித்திரைக் கொள்ள
நான் உள்ளேன் எல்லையில் போர்ப் புரிய
எங்களுக்கோ நல்ல நாளென்று எதுவுமில்லை
பண்டிகைகளோ எங்கள் வாழ்வில் பறந்து விட்டன
போர் புரியும் நாங்களோ நாளை வீடு
திரும்புவோமா என்று தெரியாது
போராட்டமே எங்கள் வாழ்க்கையாய் இருப்பினும்
போர் புரிந்து உங்கள் உயிர் காப்போம்
அனைவரும் காலையில் விளிக்க
ஒலிக்கடிகை வைத்து கொண்டு துயில் கொள்வர்
ஆனால், நாங்கள் கண் விழிப்பதோ
குண்டுவெடிப்பு சத்தத்தில்.
சிதறி போன உடல்களையும், சிதைந்து
போன உயிர்களையும்,
கரைபுரண்டோடும் குருதி வெள்ளத்தையும் தான்
தினமும் நாங்கள் காண்கிறோம்
சுட்டெறிக்கும் வெயிலோ
சூறைக்காற்றுடன் புயலோ
எவை வந்தாலும் அசையாமல் நின்று
போர்புரிவோம்

இருப்பினும், வெறும் காசுக்காக
நாங்கள் இராணுவத்திற்கு வரவில்லை
எங்கள் நாட்டைக் காப்பதே
எங்களின் தலையாயக் கடமை என்றெண்ணியே
எல்லைக்கு வந்தோம்
இயற்கை பேரழிவு வந்தாலோ
மக்களைக் காக்க
முதலில் வருவது நாங்களே
இருப்பினும் நாட்டில் நல்லது நடக்கும்
போது மட்டும்
நாங்கள் எவர் நினைவிற்கும் வருவதில்லை
போரில் நாங்கள் குண்டடி பட்டு வீழ்ந்தாலும்
எங்களை தூக்கிச் செல்ல எவரும் வரமாட்டார்கள்
எல்லையில் போர் புரியும் நாங்களோ
பாசமற்றும்,பசியற்றும் போர் புரிந்து
உயர் துறப்போம்
இருப்பினும் சாதாரண மனிதனாய்
வாழ்வதை விட இராணுவ வீரனாய்
இறப்பதே எங்களின் பெருமை
இறுதியில் தேசியக் கொடியை
எங்கள் மேல் போர்த்தி
குண்டுகள் முழங்க
எங்களின் வாழ்க்கை இனிதே நிறைவு பெறும்
ஆதலால் நாங்கள் நெஞ்சை நிமிர்த்தி
கொண்டு சொல்வோம் நாங்கள் சேனா வீரர்கள் என்று!

சகாவின் சகி

சிப்பாய்

வாழ்வின் வழிகளில்
அடுக்கி நிற்கும்
ஆபத்துகளைத் தெரிந்து
துணிந்தவன்
நாட்டுப் பற்றை
நாளும் எண்ணி
வீட்டைப் பிரிந்து
சேவை புரிபவன்
தியாகத்தின் தேகமாக,
தேசத்தைக் காக்கும்
நோக்கம் கொண்டு
நாட்டின் எல்லையில்
நாட்களைக் கழிக்கும்
நல்லவன் அவன்
கோட்டைத் தாண்டா
கூட்டத்தின் இடையே
நாட்டையே காக்க
தோட்டா குண்டையும்
தாங்க நிற்கும்
உயர்வானவன் அவன்
அயல் நாட்டின்
சதிச் செயல்களை
எதிர்த்துப் போரிடும்
வேந்தன் இவன் !

சந்தியா முரளிதரன்

வீரச் சிங்கங்கள்

ராணுவம் பலம் வாய்ந்ததாக இருக்கும்
இடத்தில் நாடும் வலிமை
பாதுகாப்புடன் இருக்கும்

தரைப்படை, விமானப்படை, கப்பற்படை
முப்படையும் முனைப்புடன் நாட்டைக் காக்கும்

தீவிரவாதியை தீண்ட விடாமல்
கண் முழித்துக் காப்பவனே !

நிலம், நீர், ஆகாய வழியே
அல்லும் பகலும்
தேசத்தைக் கண்காணிக்கும் புகைப்படக் கருவிகளே

உடல்ரீதியாகவும், மனரீதியாகவும்
பயிற்சி எடுத்து பீரங்கி, ஏவுகணை
, வானூர்திகளுடன் போராடும் போர் வீரர்களே

உலகின் இரண்டாவது பெரிய
தரைப்படையாகிய இந்தியனே !

நம் நாட்டை அமைதிப்
பூங்காவாக வைத்திருக்கும் புத்தர்களே

நீர்மூழ்கிக் கப்பல்களையும் நவீன
போர்க் கருவிகளையும் கையாண்டு
நாட்டை நலமுடன் காக்கும் நல விரும்பிகளே

தாய்திரு நாட்டிற்காக தன்னுயிர் நீத்து
இன்முகத்தோடு தியாகம் செய்த
தியாகச் செம்மல்களே

டிசம்பர்- 7இல் கொடி நாளை
ஒவ்வொருவரும் மறவோமே

தேசம் காக்கும் ராணுவத்தை போற்றி
தலை வணங்குவோமே

அவர்தம் குடும்பத்தைப் பேணிப்
போற்றி வாழ்த்துவோமே !

**இரா கீதாலட்சுமி
கோவை மாவட்டம்.**

காவல் மன்னனே

போர்களச்சிற்பிகள்

உயிர் கொடுத்து உயிர் காக்கும்
உயரிய உள்ளமே இவ்வுலகில் உன்
அர்ப்பணிப்பிற்கு ஈடே இல்லை

நாட்டைக் காக்கும் காவல் தெய்வமே
உன்னைப் போன்ற தெய்வத்தை
என்றும் இவ்வுலகம் போற்றும்

பயிரைக் காக்கும் வேலி போல
பல உயிர்களை காக்கும் பொன் வேலியே
உலகில் வாழும் ஒவ்வொரு உயிரும்
நீ காப்பாற்றியவையே

சுயநலமில்லாமல் அனைவரையும் தன்
உறவாக கருதி பாதுகாக்கும் உன்னைப்
போன்ற உயர்ந்த மனதிற்கு ஈடு ஏதும் உண்டோ?

இருளில் இருந்து மக்களை மீட்கும் ஒளி
போல ஆபத்திலிருந்து எங்களைக்
காக்கும் சூரிய ஒளியல்லவா நீ?

ஓயாது உழைக்கும் உன் கரங்களுக்கு
ஒப்பீடு ஏதுமில்லை உன் கரம்
கொடுத்து உலக கரம் மீட்டுகிறாய்
உயர்ந்த மனிதனே

வானம் போன்ற உன் பரந்த மனதில்
நாட்டை நினைத்து அயராது உழைக்கும்
வெற்றிச் சிங்கமே

ஆபத்தை ஏற்படுத்தக்கூடிய தீய
சக்திகளை பதுங்கி பின் பாய்ந்து
தாக்கும் வீர வேங்கையே

வழி மேல் விழி வைத்து மக்களை
பாதுகாக்கும் உலக நாயகன்
நீயல்லவா?

வீரனே இரவும் பகலும் அறியாமல்
நாட்டைக் காப்பதையே,தன் வாழ்நாள்
முழுவதும் சிந்திக்கும் சிந்தனை
வீரனல்லவா நீ?

கதைக்களத்தில் இருப்பவனல்ல நாயகன்
போர்க்களத்தில் இருப்பவனே
உண்மையான நாயகன்

ஒருவரின் வாழ்வில் ஆனந்தம்
ஏற்படுமானால், அதற்கு காரணம் உன்
அயராத உழைப்பன்றோ?

உலக உயிரைப் பாதுகாக்க தன்
உயிரைத் தியாகம் செய்யும்
தியாக தெய்வமே!

ர.லோஹிதா.

உன்னதப் பிறவி

கொட்டும் மழையிலும் அந்த
மழையிடமும் கொஞ்சிப் பேசுபவன் நீ
உயிரே பிரிந்தாலும்
அதை உன்னதமாய் நினைப்பவன் நீ
எல்லையில் நின்று காவல் காக்கும்
உன்னதப் பிறவி நீ
யாருக்கும் அஞ்சாமல்
சூரனாக நின்று அவதாரம் கொள்பவன் நீ
குடும்பம் மறந்து துன்பம் கண்டாலும்
துன்பத்தை துச்சமென தூக்கி எறிந்த
தியாகி நீ
நாட்டுக்கு இன்னலென்றால் தன்னலம்
பாராது வந்து
தாங்கிப் பிடிக்கும் நங்கூரம் நீ
உனக்கு குளிரும் இல்லை
வெயிலும் இல்லை
விடுமுறை இல்லை
இன்பம் இல்லை
இவை யாவும் இல்லையென்றாலும்
இந்தியத் தாயின் கருவறையைப்
பாதுகாக்கும் உன்னதப் பிறவி நீ!

கவிஞர் ச. சோமசேகர்
தர்மபுரி

இராணுவ வீரன்

தினம் தினம் காவல் காத்திருந்தோம்
தீவிரவாதிகள் எனும் மூடர் கூட்டம்
தீண்டாமல் இருக்க காத்திருந்தோம்
எல்லை வரை காத்திருந்தோம்

அரணாக குடும்பம் துறந்து தாய்,
தந்தை, சகோதரன், சகோதரி,
உறவினர்கள், நண்பர்கள், மனைவி,
மகள் நினைவுகளை நெஞ்சில் சுமந்தோம்

தேசமே பெரிதென, தோய்வின்றி
சுழன்றி தேசத்திற்காக
காவல் காத்திருந்து வந்தோம்

தத்தளித்தவர்களைக் காப்பாற்றி
பத்திரமாய்ப் படகில் அனுப்பி விட்டு
நடுக்கடல் தீவில் தனியாய்த்
தவித்தாலும் தீப ஒளியாய்த் தெரிவதும்
இராணுவ வீரனின் தியாகம் தானே

கொடுத்த வாக்கிற்காக கொடுமை பல
கடந்து உணர்ச்சிகளை ஒடுக்கிய
ஊமைச் சடலங்கள்

அரைசான் வயிற்றுக்கு அல்லாடும்
கூட்டத்திற்கு நடுவில் அனைத்து
உறவுகளையும் மறந்துவிட்ட அமைதி
புயல்கள்

அன்பிற்காக அடிமையாகவும் வாழாமல்
அழைப்பினை எதிர்நோக்கி வாழும்
மனிதர்கள்

இன்பமாய் வாழ்வதில்லை
இயற்கையை நேசிக்கவும் நேரமில்லை

பெற்றோர், மனைவி, மகன், மகள்,
உறவினர்கள், நண்பர்கள் யாவருக்கும்
அன்பாகவும் ஆறுதலான வார்த்தைகள்
கூற முடியவில்லை

நம் குடும்பத்திற்காக நம்முடைய
உறவினர்களும் நண்பர்களும்
இருக்கிறார்கள் நம்பிக்கையில்
இராணுவ வீரர்கள்

நம் தேசத்திற்காகவும் நமக்காகவும்
வானத்திற்கு எல்லையாய் கடவுளாய்
காவல் காக்கும் இராணுவ வீரர்கள்

பாரத தேசத்தை பாதுகாவலானக
பாதுகாக்கும் இராணுவ வீரர்களின்
புகழ் என்றென்றும் வாழ்க!

ஜெய்ஹிந்த்
ஜெய்ஹிந்த்
ஜெய்ஹிந்த்

மா.நஜ்மூன்,
வாணியம்பாடி.

இராணுவ காதல்

தேசத்திற்காக அவர்கள்
தேகத்தால் பிரிந்திருந்தாலும்
மனதால் இணைந்திருப்பர்
நிஜத்திலே நிகழ்ந்த நிகழ்வெல்லாம்
நெஞ்சிலே நிறைந்திருக்கும்
பார்க்கும் போதெல்லாம் காதல்
புதுமையோடு பூத்துக்கொண்டிருக்கும்
அகமெல்லாம் நிலைத்து
நிறைந்துக்கொண்டிருக்கும்
பிரிவின் போதெல்லாம்
அவர்கள் காதலின் வேர்
வலுத்துக்கொண்டே இருக்கும் – தன்
துடிப்பின் ஆதாரமான தன்னவனை
மீண்டும் சந்திக்கும் நாளுக்காகவே
அவள் நாடி துடிப்புடன்
இருந்துக்கொண்டிருக்கும்
தேசத்தின் பாதுகாப்பே
பிரதானம் என அவனும்
தேசமும் தன் அரசனின் பாதுகாப்புமே
பிரதானம் என
அவனின் அவளும்!

ச.த. ரேணுகா

நாடு காக்கும் தோழன்

நாட்டின்
எல்லைச்சாமி
ஊடுருவோரை
உருக்குலைக்கும்
உன்னத வேலை

ஆயுதமேந்தி
ஆயுளை காக்கும்
ஆண்டவன் வேலை

வந்த இடரை
வாயிலிலேயே
அடைக்கும்
முப்படை கொண்டு
முடித்துக் காட்டும்

உயிர்
பணயம்
வைத்து
உயிர்காக்கும்
பயணம்

களத்தில்
போர் செய்து
நிலத்தை
பாதுகாக்கும்

வனத்தில் கிடந்து
மலையில் அலைந்து
கடலில் தவழ்ந்து
புயலில் புகுந்து
மழையில் நனைந்து
பனியில் குளிர்ந்து

பணிசெய்யும்
இராணுவம்
உமக்கு
ஈடாய்
இல்லை
எதுவும்!

**ஜோ.கோபிநாத்
சேலம்**

இராணுவனின் வீரமும் தியாகமும்

குடும்பத்துடன் செலவிடும் நேரம்
குறைவுதான் என்றாலும்
அவர்களுடனே செலவழித்த
நேரங்களை
நினைவுகளாய் சேகரிக்க உனது மனம்
தவறியதில்லை

காக்கும் எல்லைக்கு இல்லையே காலநேரம்
உதிரம் சிந்தி காவல் செய்யும் தீரம்
அவர்தம் தியாகத்தில் விளைந்ததே
பாரதத்தின் வீரம்

எந்த நேரத்திலும் எதுவும் நடக்கும்
என்று அறிந்தும் - புறமுதுகு காட்டி
ஓடாமல்
நெஞ்சை நிமிர்த்தி போரிட்டு இந்திய
நாட்டைக் காப்பாற்றும் வீரனே

உயிர்க்கு உத்தரவாதம் இல்லை என்று
தெரிந்தும் - நீ உன்னுடைய
இலட்சியத்தை நோக்கிச் செல்கிறாய்
வீரனே

நீ இந்தியாவை நாடக கருதவில்லை
உன் தாயாக எண்ணுகிறாய்
அதனால் தான் தாய்க்காக உன்
உயிரையும் விட நீ
பயப்படுவதில்லை வீரனே !

தஸ்லீமா பர்வீன்.ஷா

வீர சுவாசம்

இளைஞர்கள் அனைவரும் ராணுவம்
போவோம்
இந்திய எல்லையை நாமும் காப்போம்
நமக்கு கிடைத்த வாய்ப்பு அதை
நாமும் பற்றி நாட்டை கண்ணிமையாய்
காத்திடுவோம்

போரில் இறந்த வீரனின் குடும்பத்தை
பொறுப்போடு காத்து கடமை புரிவோம்
ஊனமுற்ற வீரர் எவர்க்கும்
ஒவ்வொரு மனிதரும் அவரின்
ஊனத்தை உணராத விதத்தில்
உதவிகள் புரிவோம்
இளைஞர்கள் அனைவரும் ராணுவம்
போவோம்
இந்திய எல்லையை நாமும் காப்போம்
நமக்கு கிடைத்த வாய்ப்பு அதை
நாமும் பற்றி கண்ணான நாட்டை
காப்போம்

வீரமரணம் அடையும் வீரனின்
வேண்டுகோள்
என் குடும்பத்தை
பார்த்துக் கொள்வீர்கள்
என்ற நம்பிக்கையில்

கனத்த இதயத்தோடு
விடை பெறுகிறேன்
வந்தே மாதரம் !

ந.உதயகுமார்.

மக்கள் காவலர்

அன்னை நாடென்றுநாம்
அன்புடனே நேசிக்கும்
மண்இதிலே அவள் உருவம்
மறைந்திருக்கும், தெரியாது

கண்களுக்குத் தெரியாமல்
தூய நம் உணர்வுகளாய்
அன்னையவள் நம்நெஞ்சில்
அழகாக வாழ்கின்றாள்

இந்நாட்டு மக்களெல்லாம்
எந்தவித பயமுமின்றி
அன்போடு வாழ, தன்னை
அர்பணித்தோர் ராணுவத்தார்

தாய்நாட்டைத் தெய்வமென
நெஞ்சிருத்தி, தனித்தெங்கோ
போய் அங்கே உயிர் துறக்கும்
போர்வீரருக் கேதுஇணை?

இந்நாட்டைச் சிறைபிடித்த
நம்மை எல்லாம் அடிமைகளாய்
தன் ஆட்சிக்குள் அடக்கத்
தந்திரங்கள் செய்பவரை

முறியடித்தல் மட்டும் நம்
ராணுவத்தார் பணி அல்ல
அரிய பிற சேவைகளை
அன்னவனார் செய்கின்றார்

இயற்கையினால் விளைகின்ற
இன்னல்களைத் தீர்த்துவைக்கத்
தயங்காமல் ஓடிவந்து
துயர் துடைப்பார்-உள்நாட்டில்

கலகங்கள் ஏற்பட்டால்
நிலைமைதனை சீராக்கி-நாம்
நலமோடு வாழ்ந்திடவே
நல்ல கதி செய்திடுவார்

ஓயாமல் உழைத்திடுவார்
உதவி எனக் கேட்போர்க்குத்
தாயாய் துணைபுரிவார்
தந்தைபோல் காத்திடுவார்

வயிற்றுக்குச் சோறின்றி
பனிமலையின் நடுவிலுயிர் – சிறு
கயிற்றினிலே தொங்கிடினும்
காவல்பணி சிறப்பாக

செய்து நமைக் காப்பாற்றும்-நம்
செல்வங்களை போற்றிடுவோம்
மெய்யான உறவுகள் போல்-அவர்
குடும்பத்தைக் காத்திடுவோம்

தெய்வம் ஒரு கண்ணென்றால்
தேசம் மறு கண்ணாகும்
உயர்வென்றும் தாழ்வென்றும் –இதை
ஒப்பிடுதல் கூடாது

வானுறையும் தெய்வத்தின்
வடிவங்களாய் திகழ்பவரே
ராணுவத்தார் என்பதைநாம்
எந்நாளும் நினைவில்வைப்போம் !

வழிப்போக்கன்
எஸ். பார்த்தசாரதி

மண்ணில் ஒரு வரம்
மண்ணுக்கென ஒரு தவம்

தாய் மண்ணே வணக்கம்
தாய் மண்ணே வணக்கம்
வந்தே மாதரம்
வந்தே மாதரம்
என்ற பாடல்
அலைபேசியின் அழைப்பு மணியாக
ஒலிக்க

அலைபேசியை எடுத்துப் பார்க்க
மனைவியிடமிருந்து அழைப்பு
அவசர கிளம்பலில்
அணைத்து வைத்துத்தான்
ஆக வேண்டியதாயிருக்கிறது
அடக்க வேண்டியதாயிருக்கிறது
சில உணர்வுகளையும்
சில அழைப்புகளையும்

எதிரி நாட்டினர்
எல்லைத் தாக்குதல் நடத்த
திட்டமிட்டுள்ளனராம்
தலைமை அதிகாரியின்
ஆணைக்கிணங்க
சீறிப் பாய்ந்து
சீருடையில் கிளம்ப
வேண்டியதாயிற்று

அணைத்து வைத்த அலைபேசி
அவனுக்கென கொடுக்கப்பட்ட
அலமாரியில்
உறங்கிக் கொண்டிருக்கிறது

எதிர் முனையில்
மிகவும் சோகமாக
மனைவி
மீண்டும் மீண்டும்
முயற்சிக்கிறாள்
சற்று முன் தனக்கு
ஆண் குழந்தைப் பிறந்த
அவசர செய்தியினைப்
பகிர்வதற்காக

ஒரே பதில்
தாங்கள் அழைக்கும் எண்ணானது
தற்சமயம்
அணைத்து வைக்கப்பட்டுள்ளது

ஒரு வாரம்
கடுங்குளிரில் கடுமையானப் போர்
அவ்வப்போது வந்து போகிறது
கர்ப்பிணி மனைவியின்
முகமும் வயிறும்
இந்நேரம்
என் மகளோ? மகனோ?
இப்பூமியில்
புன்னகைத்திருப்பாள்(ன்)
என்று பூரித்துக் கொள்கிறான்

இராணுவத்தில் சேர்ந்து
பதினாறு வருடங்கள் கழிந்தாயிற்று

இதுவரை
வாய்க்கு ருசியான உணவு
உண்டதில்லை

விதவிதமாய் ஆடை உடுத்ததில்லை
கோவில் திருவிழா கண்டதில்லை
குலசாமி தரிசனம் நிகழ்ந்ததில்லை
தீபாவளிப் பலகாரம் தின்றதில்லை
பொங்கலுக்குக் கரும்பு கடித்ததில்லை
தம்பிக்கு உற்றத் தோழனாய்
கூடவே இருந்ததில்லை
தங்கை திருமணத்தில்
சுற்றம் கலக்கவில்லை
தாய்க்கு கொல்லிப் போட
கொடுப்பிணையில்லை
ஈன்ற மகவை கையில் ஏந்தவில்லை
கல்யாணப் பந்தல் அவிழ்க்கும் முன்னே
பணிக்கு வரச் சொல்லி உத்தரவு
அல்லும் பகலும் உறங்கவில்லை

இமைகள் இமைக்காது பனியில்
உறைந்து
பாரதம் காக்கும்
ஒவ்வொரு வீரனும்
குலசாமியே

கண் உறங்காமல்
பசி நோக்காமல்
நீர் பருகாமல்
மெய் வருத்தம் பாராமல்
கால நேரம் கருதாமல்

கண்ணும் கருத்துமாய்
அமர்க்களத்தில்
ஆயுதமேந்தி
உயிரைத் துச்சமாக எண்ணி
நெஞ்சுரம் நிமிர்த்தி
தாய் மண்ணை நேசித்து
செருக்குடன் செருக்களம் நோக்கும்
ஒவ்வொரு வீரனும்
ஒரு சகாப்தம்

தலைப் பிரசவம் ஆன
மனைவிக்குத் தகவல் வருகிறது
பனிமலைச் சரிவில் புதையுண்ட
கணவனின்
சடலம் அகப்படவில்லை
மன்னிக்கவும் என்று

சவப் பெட்டியில் வைக்கப்பட்ட
அவனது இராணுவ உடைக்கு
தேசியக் கொடி போர்த்தி
துப்பாக்கிக் குண்டுகள் முழங்க
அடக்கம் செய்யப்பட்டது

தந்தை முகம் காணா
இளந் தளிருக்கு
அவனது
வீரமும் தியாகமும்
பதக்கமாக்கப்பட்டது !

முனைவர் மு. துர்கா தேவி
திருச்செந்தூர்

ராணுவ வீரனின் எண்ணம்

ஆயுதம் ஏந்தியே
மக்கள் உயிரை காப்போம்
காயங்கள் வந்தாலும் எங்கள்
கடமையையே கண்ணாக
நினைப்போம்

எதிரிகளை அழித்து உங்களுக்கு
இனிய சுகத்தைக் கொடுப்போம்
சதிகளை சாய்த்து
புதிதாய் சரித்திரம் படைப்போம்

தடையினை உடைத்து
வாழ்க்கை பாதையினில் நடப்போம்
படையினை திறட்டியே
எதிரியின் கதையினை முடிப்போம்

துப்பாக்கி முனையில்
நாட்டை தூக்கி நிறுத்துவோம்
அனைத்து நாட்டினை காட்டிலும்
நம் நாட்டினை உயர்த்தி காட்டுவோம்

உறவுகளை விட்டு செல்வோம்
உங்கள் உயிர்களை காப்போம்
மண்ணை கண்ணாக நினைப்போம்
மனித உயிர்களை
எங்கள் உயிராக ஏற்போம் !

கவியானந்தம் வெ

உயிர்வேலி

சங்கத்தமிழர் வீரத்தின்
சாரல் துளிகள்
உலக தேசத்தின்
ஒப்பில்லா உயிர்கள்

ஈன்ற தாயின்
இன்னுயிர் பெருமைகள்
இந்தியர் இதயத்தை
ஈரமாக்கும் திரவங்கள்

காடுகள் மலைகளின்
காவல் தெய்வங்கள்
கடலோரக் காற்றில்
காக்கும் கட்டுமரங்கள்

தேசத்தை குடியாக்கி
மகிழ்விக்கும் தீர்த்தங்கள்
தேகத்தை இரையாக்கும்
தேசத்தின் இதயங்கள்

பனிமழைப் பாறைகளில்
பகைவருக்கு அம்புகள்
பாசபந்தம் பாராத
பாரதத்தின் உறவுகள்

கன நேரத்தைக் கூட
கணக்குவிடா கனைகள்
காட்சிக்குக் கடுமையான
காவலின் முதல்வர்கள்

தேச பந்தத்தின்
திடமான தராசுகள்
தேனின் இயல்பாகி
தீயவர்க்கு தேனீக்கள்

பாரினர் மகிழ்ச்சிக்கு மகத்தான
அஸ்திவாரங்கள்
பாசத்தோடு வணங்கும்
பாரத இராணுவம்
நமது உயிரின் வேலிகள்!

**கவிஞர். கலை பழனிச்சாமி
நம்பியூர்**

நான் வணங்கும் மனித கடவுள்

தாய் நாட்டைக் காப்பாற்றும்
தமிழ்த்தாயின் தலைமகனே

தன்னலம் பாராமல் தாய் மண்ணிற்காக
உயிர்தியாகம் செய்யும் உத்தமர்களே

நாட்டின் எல்லையே காக்கும் காவல்
தெய்வமே

குளிரிலும் மழையிலும் எங்களின்
இன்பத்திற்காக துன்பத்தையும்
இன்பமாய் அனுபவிக்கும்
இளவரசர்களே

. நீங்கள் முடிசூடா மன்னர்கள் தான்

இந்த மண்ணையும் பெண்ணையும்
காப்பதால்

எதிரி நாட்டின் ஏவுகணைகள் கூட
உங்களின் புன்னகையில்
அழிந்துவிடும்

எதிரி வீசும் அணுகுண்டும் உங்கள்
இதயத்தில் இடம் பிடிக்க ஆசை
கொள்ளும்

ஆணவம் இல்லாத ராணுவ வீரனே
நான் வழிபடும் இறைவன் தாய் தந்தை
என்றால்

நான் வணங்கும் மனித கடவுள்
நீங்கள் தான்!

க.தனபால் மதுரை

காதல் தேசம்

போர்களச்சிற்பிகள்

இராணுவ வீரனின் மனைவி
எழுதுவதாக :

ஆறு மாசம் ஆச்சு
நீ போய் கணவா
ஆறலயே எ(ன்) மூச்சு
நித்திரை இல்லாத கனவா

கைக்குழந்த பேச ஆரம்பிச்சுட்டான்
கால் முளைச்சு ஆட ஆரம்பிச்சுட்டான்
பார்க்க வந்து சேரு
பாசத்தில தந்திடு முத்தம் நூறு

வயதான அப்பா அம்மா
பயத்தில ஏங்குறாங்க சும்மா சும்மா
போறதுக்குள்ள வந்து பாரு
போராடும் உசுருக்கு ஆசையா
வார்த்த கூறு

ஊர்சனம் கேட்குது
ஒ(ன்) புருசன் மட்டும் தான்
இருக்கானா
பட்டாளத்ல விடுப்பு வராம கெடக்கான்?
என்ன சொல்லுவேன் கணவா
எப்ப வருவ நனவா?

கவலைய கண்ணில் போடாத கணவா
காதல் மனைவி காத்திருப்பேன்
துணையா
எல்லாத்தையும் பார்த்துக்குவேன்
உறுதுணையா

தேசம் தான் முத(ல்)ல
என் காதல் தேசமும் அதுல

வரும் போது வா
பத்திரமா
வந்தபின்னே காதலை தா!

ம.சேரன்

பார் போற்றும் படை

வானமே வியந்து பார்க்கும் அளவிற்கு
சிறந்தது எங்கள் வீரம்

வையகத்தையே தன்வசப்படுத்தும் தீரம்
இருந்தாலும் உயர்ந்தது எங்கள் ஈரம்

போருக்கு அச்சமில்லை தியாகத்திற்கு
எல்லை இல்லை

நாடே உயிரென்று உறவுகளை
உதறித்தள்ளி உதிரம் சிந்தும்
அரண்கள் எங்கள் நாட்டின்
ராணுவ வீரர்கள்

சுதந்திரம் வேண்டி சுவாசத்தை துறந்து
நாடு போற்ற நாடியை விடுத்து
தியாகத்தின் வடிவானவர்கள்
எங்கள் நாட்டின் ராணுவ வீரர்கள்

தேசத்தின் மீது நேசம் கொண்டு
காவலின் மீது காதல் கொண்டு
பாரதத்தின் மீது பற்று கொண்டு
போரில் தன் உயிரையே தியாகம்
செய்வார்கள் எங்கள் நாட்டின்
ராணுவ வீரர்கள்

உயிர்
துடிக்கும் வரை பிறந்த தேசத்திற்கே
தேகம் துறக்கும் எங்கள்
மனிதநேயத்தை முன்வைத்து

குடும்பத்தை விடுத்து தன் நாட்டை
குடும்பமாக எண்ணுவார்கள்
ராணுவ வீரர்கள்

பனி அவர்களை உறைக்கும்
தருணத்திலும் எண்ணுவார்கள்
நாடே உயிர் என்று
காடுகளில் கரடுமுரடான பாதை
பாதத்தைக் கிழிக்கும் தருணத்திலும்
எண்ணுவார்கள் நாடே உயிர் என்று
பசிக்கும் போதும் நிம்மதியாக
உணவருந்த முடியாத தருணத்திலும்
எண்ணுவார்கள் நாடே உயிர் என்று
போரில் அடிபட்டு குருதி பாயும்
தருணத்திலும் எண்ணுவார்கள் நாடே
உயிர் என்று

எத்தனை தியாகங்கள் செய்தும் நாடு
நடிகர்களை நாயகன் ஆக்குகிறது
எல்லையில் இருப்பவன் இறந்தால்
கூட அதை எண்ணி
இரங்கல் கூட தெரிவிப்பதில்லை
அவர்களை தூக்கி கொண்டாட
வேண்டிய நாம் இன்னும் தெளிவின்றி
திரை மாயம் கொண்டது ஏன்?
நாளைய சமுதாயம் விழிக்கட்டும்
பார்போற்றும் படையில் இறங்கட்டும்!

சா. யாழினி

எங்கள் பாதுகாவலனே

என்னை காப்பதற்காக
உன்னை நீ மாய்க்கக்கூடத் துணிந்தாயே
முன்பின் அறியா என் வாழ்விற்காக
உன் உயிரையும் துறக்க
துணிந்தாயே
தாயின் கருவிலும்
தந்தையின் அணைப்பிலும்
நான் பாதுகாப்பாய் இருக்க
நீயே காரணமாய் இருந்தாயே -
அதை
நான் கூட அறிந்திடா காலங்களிலே
அருகில் இருந்தால் மட்டுமே
பாதுகாப்பவர்கள் மத்தியில்
தொலைவில் இருந்தே எனை
பாதுகாக்கிறாயே
ஓர் கூட்டம் இணைந்தாலே
சண்டையாகும் நிலையில்
பல கூட்டங்களால் இணைந்து
பலரிடமும் சண்டையிட்டு
சண்டையில் சிலரை இழந்தாலும்
எம்மை காப்பவனே
என் வாழ்வை உறுதிப்படுத்திவிட்டு
உன் வாழ்வை கேள்வி குறியாய்
மாற்றி

எங்கள் அனைவரையும் ஆச்சரியத்தில்
ஆழ்த்துபவனே
என்னை பாதுகாப்பவனே
என்னை பாதுகாத்துக்கொண்டே
இருப்பவனே
எங்கள் பாதுகாவலனே!

ரா.சே. தமிழ் செல்வி

இராணுவ வீரர்கள்

வீட்டைக் காக்கும் சுயநலம் விட்டு
நாட்டைக் காக்கப் போராடிடும்
தேசத்தியாகிகள்

மனைவி மக்கள் சுற்றம் துறந்து
ஆசை பாசம் பந்தம் மறந்து
நாட்டைக் காக்கும் காவல்
தெய்வங்கள்

வெயிலும் குளிரும் வாட்டி வதைத்திட
நாட்டை நோக்கிப் பார்க்கும் கயவரை
பதுங்கித் தாக்கும் வீர வேங்கைகள்
வெஞ்சின மறவர்கள்

விடுமுறை விட்டாலும்
விடுமுறை வாங்காத
வீரம் செறிந்தவர்கள்
ராணுவ வீரர்கள்

வாழ்க ராணுவம்
வளர்க ராணுவ வீரர்களின் வீரம்!

சவாசுதேவன்.

நாட்டுப்பற்று வீரனே

வாழ்க்கையில்
பற்றில்லாதவர்கள்
இல்லை ஆனால்
நாட்டுப்பற்றால்
வாழ்க்கையையே
தியாகம் செய்தாயே வீரனே

கண்ணீருக்கும் பாசத்துக்கும்
சொந்தமில்லாதவன்
என்று போருக்கு சென்றாயே வீரனே

போர் முழக்கம் கேட்டால் உடல் நடுங்கும்
எங்களுக்கு
உனது மகிழ்வே
போர் முழக்கமானதே வீரனே

புயல், பனி, மழை,குளிர்
கடந்து நாட்டை காத்து
நாட்டுக்காக உயிர் விட துணிந்தாயே
வீரனே

மனிதர்கள் அஞ்சுவது மரணத்தை
எண்ணி ஆனால் உன் பணியில்
மரணம் பரிசு என்பதனை
தெரிந்து மகிழ்வுடன் எல்லைக்கு
சென்றாயே வீரனே

உன் நாட்டு பற்றுக்கும் நாட்டு
மக்களை காக்கும் பணிக்கும்
வீர வணக்கம் வீரனே
வீர வணக்கம் வீரனே
வீர வணக்கம் வீரனே!

**கவிச்செம்மல்.ஆ.நித்ய கல்யாணி
மதுரை**

இராணுவத்தின் வீரம்

எங்கள் உயிர் காக்க
உங்கள் உறக்கத்தை அழித்தீர்களே
என் அன்பு மனைவியே
என்னை மன்னிப்பாயாக
இந்நேரத்தில் உன்னிடம் நானில்லை

எங்கள் பசி தீர்க்க தவித்தாயே
யார் என்று பார்க்காமல்
உன் அன்பை அளித்தாய்
உங்கள் குடும்பத்தை மறந்து
எங்கள் உயிர் காத்தீர்கள்

ஒரு நாளும் சலிப்பின்றி பணியை
செய்யும் என் அன்பு தோழர்களே
எதிரியை அளிக்கும் கடவுள்களே
எங்கள் உயிர் காத்த தோழர்களே!

மு.ஹர்ஷினி

எங்கள் எல்லைச்சாமி

நம்மில் உதிக்கும் புது உறவும்
பேரின்பமும் அவன் தெளித்த ரத்த
நீரில்தான் முளைத்திருக்க முடியும்

நம் நாவின் சுவை அவன் விட்டுவைத்த
பசியில் தான் ருசியாக இருந்திருக்க
முடியும்

நாம் தேடும் லட்சியங்கள் அவன்
தொலைத்த கனவுகளில் தான்
தொடங்கி இருக்க முடியும்

நம் மேனியின் பளபளப்பு அவன்
மேனியின் காயங்களில் தான் தோன்றி
இருக்க முடியும்
. கொடுத்த வாக்கிற்காக
கொடுமை பல கடந்து
உணர்ச்சிகளை ஒடுக்கிய
ஊமைச் சடலங்கள்
அரை ஜான்வயிற்றுக்கு
அங்கே இங்கே
அல்லாடும் கூட்டத்திற்கு மத்தியில்
அனைத்தையும் கொடுத்து விட்ட
அமைதி புயல்கள்

அன்பிற்காக வாழாமல்
அடிமையாகவும் இல்லாமல்
அழைப்பை எதிர் நோக்கி
வாழும் அசாத்திய மனிதர்கள்
இன்பமாய் வாழ வழியில்லை

இயற்கையை ரசிக்க நேரமில்லை
இளமை கோலம் மாயமாய்
இனிதே கடந்து சென்றது
பெற்றவளுக்கோ – ஓர்
ஆறுதல் கூற முடியயவில்லை
வந்தவளுக்கோ பகிர்ந்து
கொடுக்க உயிருமில்லை
பேர் சொல்லும் பிள்ளைக்கோ
பாதை காட்ட பயணமில்லை
சுற்றமும் சூழ்ச்சிக்கும்
இடையில் சுழலுகிறேன்

வீண் முயற்சி - என்று
சொல்பவர்களுக்கு மத்தியில்
விடா முயற்சியுடன்
வினை செய்ய துணிந்த
வித்தைக்கார வீரன்
உன்னை ஊர் போற்றி
நாடு போற்றி
உலகம் போற்றி
பறைசாற்றி நிற்கிறது
வானத்தின் எல்லையாய்
நீங்கள் தான் எங்கள்
எல்லைச்சாமி என்று !

கவி கவிஞன் இரா சதீஷ் குமார்

இராணுவம்

தேசம் காக்கும் தமிழனுக்கு

வீரனே
தாயின்
கருவறையில்
உதித்து

தவ
புதல்வனாய்
பிறந்து

தமிழ் அன்னை
மடியில்
தவழ்ந்து

முயற்சியும்
பயிற்சியும்
முறையாய்
செய்து

தன் குடும்பம்
விட்டு
தாய் நாட்டை
காக்க சென்றவனே

கதிரவன்
மறைந்தாலும்
காரிருள்
சூழ்ந்தாலும்

கடும்மழை
பொழிந்தாலும்
கடும் வெயில்
அடித்தாலும்

கடும் குளிர்
வாட்டினாலும்
கண் இமை மூடாது

கண்விழித்து
காப்பவனே

வீரத்தையும்
மானத்தையும்
மனதில் கொண்டு

தாயையும்
தாரத்தையும்
கனவில் கொண்டு

காலத்தையும்
நேரத்தையும்
நினைவில்
கொண்டு

தாய்நாட்டின்
பாதுகாப்பை
கருத்தில்
கொண்டு

காக்கும்
உன்னத காவலனே

எதிர் நாட்டு
படைகள்
எதிரே நின்றாலும்

வெடிகுண்டு
வீசினாலும்
வீர மனம்
கொண்டு

எதிரியை
எதிரே
நின்று

தன் உயிர்
மறந்து
போர்புரியும்

போர் படை
வீரனே

தன் உடல்
வேர்க்க
தன்னையே
வருத்தி

தாய்நாட்டை
காக்க
தரணியெங்கும்
போற்ற

தன் உயிரையும்
கொடுக்கும் வீர
தமிழ் மகனே

தோற்றங்கள்
மாற்றி
வேஷங்கள்
போட்டு

எல்லையில்
வீரமாய்
காக்கும்
எல்லை வீரனே

தாக்குதல்
நடந்தாலும்
பனிபாறைகள்
சரிந்தாலும்

பதற்றமும்
பயமும்
இன்றி

பல உயிர்
வாழ
தன் உயிர்
மாய்பவனே

இயற்கை
சீற்றங்கள்
வந்தாலும்
செயற்கை
மாற்றங்கள்
செய்தாலும்

சிறு அடி
பின் வாங்காத
போர் படை
வீரனே

எண்ணங்கள்
பல
உண்டு

எதிரியின்
நிலை
கண்டு

ஏக்கத்தையும்
தூக்கத்தையும்
துக்கத்தையும்
மறந்து

துணிவாய்
நிற்கும்
காவல் வீரனே

துன்பங்கள்
வந்தாலும்
துயரங்கள்
வந்தாலும்

மனதில்
எண்ணங்கள்
ஒன்றே

நாட்டை
பாதுகாப்பது
என்றே

என்று
காக்கும்
உத்தம வீரனே

குண்டுகள்
துளைத்தாலும்
குருதிகள்
பொங்கினாலும்
தன்னையே
இழந்தாலும்
தாய்நாட்டை

காக்க
மறவாதவனே

வீரனே
நீ இறக்கவில்லை

விதைக்க
பட்டிருக்கிறாய்
மீண்டும் வருவாய்
விருச்சமாக !

நாலாயிரமுத்து. ரா
பிரம்மதேசம்.
திருநெல்வேலி.

ஆயுதம் வேண்டாம் ஒரு காகிதம் போதும்

சொந்த தேசத்து அகதிகளா – நாம்
சொந்த தேசத்து அகதிகளா
செத்துப் போவது நாம்தானே – போரில்
சிதறிப் போவதும் நாம்தானே
சொத்து சுகமென வாழ்வாரெல்லாம் –
போரில்
செத்துப் போவதை கண்டுள்ளீரா?
கண்கள் இருந்து என்னபயன் – உலகின்
சூழ்ச்சியை காண மறந்துவிட்டீர்
சதுரங்க ஆட்டத்தை எண்ணிப்பாரும் –
ஆடுபவனுக்கே
அந்த அரசாங்கம் அடிமையாகும்
வேண்டு மென்றால் வெட்டுவான் –
இல்லையேல்
வேண்டுமென்றே விலகிக் போவான்
தாய் நாட்டுப்பற்றை தலைக்கேறி –
சாமானிய
மனிதனை வெறியேற்றி
விளையாடுவான்
ராணுவம் என்பதே கடவுள்யென்போம் –
மக்கள்
நீதிக்காகப் போராடும் பொழுது
அன்னிய முதலாளிகளின்
பேச்சைக்கேட்டது – அன்பு
மக்களை அடித்து உதைப்பவர் யார்?

நாட்டுப்பற் றோடு சென்றவன் –
நாளடைவில்
நம்மக்கள் என்றும் பாராமல்
சுட்டுக் கொள்கிறானே யேன் –
பிழைக்கும்
மக்களிடம் பிடுங்கித் தின்னும்
முதலாளிகளே
புரட்சி செய் இளைஞனே – பூமி
புத்துணர்ச்சி பெறும் வரை
புரட்சிசெய் இளைஞனே!

த. அழகுமுத்து

வீரமகன்

சுட்டெரிக்கும் பரிதியிலும்
துவண்டு விடாத வீரனவன்

பனிப் பாறைகளுக்கு நடுவிலும் நம்மை
காத்திட துடித்திடும் காவலனவன்

சிரித்து பேசி மகிழ்ந்தது சில காலம்
குடும்ப தலைமகனாய்
சிந்திக்க வைத்து விட்டு சென்றது பல
காலம் இராணுவ வீரனாய்

பூமித்தாயும் அவனின் பாதம் தொட்டு
தழுவிட தவமாய் கிடக்கின்றதே

தன் இன்னுயிரை துச்சமென
எண்ணியே போர் செய்கின்ற
போர்வீரனவன்

செங்கணல் குருதியும் அவனின் தேகம்
முழுவதிலும் ஓடுகின்றதே

நீரோடைகளின் சலசலப்பும் கூவுகின்ற
குயில்களின் ரீங்காரமும் அவன்
தனிமையின் அடையாளமாய்
இருக்கின்றதே

பருந்து பார்வையாய் இரவினில்
அவனின் பயணங்கள்
தொடருகின்றதே

கையில் தவழுகின்ற துப்பாக்கியும்
இணைபிரியாத தோழனாய்
திகழ்ந்திடுவானே

வியர்வைத்துளிகளும் வழிந்தோடிட
இடமின்றி அவனிடத்தில் முட்டி
மோதிடுமே

பரிதியின் முன்பே கடமையை ஆற்றிட
ஆற்று வெள்ளமாய் பாய்ந்திடுவானே

மதியின் முகவரி கேட்டு இரவினை
உறங்காமல் கழித்திடுவானே!

கு.ரமேஷ்குமார்

நாட்டைக் காக்கும் வேங்கைகள்

ராணுவம் என்றாலே நினைவிற்கு வருவது
நம் இந்தியாவிலிருந்தும் பல
மாநிலங்களில் இருந்தும்
வீரர்கள் தன் தாய் ,தந்தை, மனைவி
குழந்தைகளையும்
குடும்ப சொந்தங்களையும்
தன் சொந்த ஊரிலேயே
தவிக்கவிட்டு இந்தியாவின் எல்லை
கோட்டில்
எப்பொழுது என்ன நிகழும் என்றே
அறியாமல் ஒரு தன்னம்பிக்கையுடனும்
என்ன நடந்தாலும் எதிர்கொள்ளக்கூடிய

வலிமையுடனும் நாட்டுக்காக வீட்டை
மறந்து
பணியாற்றிக் கொண்டு அல்ல, தன்
வாழ்வை நாட்டிற்காக அர்பணித்த
வீரர்கள் தான் ராணுவ வீரர்கள்
அவர்களுக்கு
என் வாழ்த்துக்கள்!

ஏ.கிருபாகணேஷ்
கள்ளக்குறிச்சி.

பொதுநல தியாகிகள்

நாட்டு எல்லையிலே நீ ஒய்யாரமாய்
ஊர்காக்கும் அய்யனார்போல் எங்களை
காப்பாற்ற காத்துகிடக்கிறாய்

பொழியும் மழையிலும்
கொட்டும் பனியிலும்
அனல்பறக்கும் வெயிலிலும்
இரவு பகல் விழித்திருந்து
தொல்லைகள் பல
பொறுத்திருக்கிறாய்

உணவு உறக்கம் உறவென
எல்லாம் மறந்தாயே
கடமையை மட்டும் மறவா
வீரச்செம்மலே
நின் பாதங்களை மலர்தூவி தொட்டு
வணங்குகிறோம்

பைம்பொழில் பூமியின் பெருமை
காத்து
எல்லையிலே வாழ்வை
முழுமையாய் கழித்து
நீ வீடு திரும்பும் நாள் எந்நாளோ?
அந்நாளே உனக்கான சுதந்திரம்
பிறக்குமிங்கே

குமரி முதல் இமயம்வரை
புதர்கன்னி வெடிகளும் நின் காலில்
பட்டுத்தெறிக்கலாம்
கூர்முனை துப்பாக்கி குண்டுகளும்
நின்னுடலை துளைத்து விடலாம்

எந்த நேரத்திலும்
எதுவும் நடக்கும் கலங்கிவிடாதே
மனம் நொறுங்கி விடாதே
சுயநலம் கொண்ட மனித பூமியில்
நீங்கள்தான் பொதுநல தியாகிகள்

நாளைய இளைஞர்களே
கைப்பேசிகளில் விளையாண்டு
நாட்டை காப்பாற்ற முடியுமோ

இளம்படைகளே வாருங்கள்
ராணுவம் போவோம்
எல்லையை நாமும் காப்போதென
நெஞ்சில் உறுதியேற்போம்
ஜெய்ஹிந்த்!

கவிஞர் பாரதி பாஸ்கி
காரைக்குடி

நாட்டின் தூண்கள்

நாட்டை காக்கும் யுத்தம்
தொடங்குகிறதே
ஓய்வறியாமல் சுழல்கின்ற
பூமிப் போல
மழைத் தூறலை இரசிக்க கூட
நேரமில்லையே
இராணுவ வீரர்களின்
சேவையைக் கண்டு
உறைக்கின்ற பனியும்
உறைந்து போனதே
மகாகவி பாரதியின்
கட்டளைகளில் ஒன்றான
அச்சம் தவிர்
என்னும் சொல்லிற்கேற்ப
அச்சத்தை தவிர்த்து
நாட்டைக் காக்கும்
காவல் தெய்வங்களே
பிறக்கும் போது பெற்றோர்

நினைத்த தில்லை
தான் பெற்ற மகன்
இராணுவ வீரனாவான் என்று
அனைத்து உயிர்களும் என்று

இராணுவ வீரர்களின்
சேவையை பாராட்டி
உள்ளம் மகிழ்ந்து,
நெகிழ்ந்து நின்றதே!

சி. ஹரிசுவேதா

கடந்தையார் வீரன்

வாளொடு பிறந்த மூத்தக்குடி
வில்லேந்தி யானை படையோடு
ஆயுதங்கள் தாங்கி
போரில் வாள் வீசி
எதிரியை அழிக்கும்
வீரப் பெருங்குடி நம் போர்குடி

பாராண்ட சோழனின்
பெரும் படைப்பிரிவில்
குறுநில மன்னன்
கடந்தையார் வழிவந்த
விற்குடிவீரன் ஒருவன்
உதித்தான் பெண்ணாகடத்தில்

அவன் பிஞ்சு விரல்களில்
வில் பிடித்து
வீரப்போர்கலைகள் அனைத்தையும்
ஆசிரியன் சொல் கேட்டு
அறம் வழுவாமல்
அத்தனையும் கற்றுக்கொண்டான்

ஆயக் கலைகளில் ஒன்றான
போர்க்கலையை முடித்து
வலிமைமிக்க
காளை இளஞ்சிங்கம்
போருக்கு காத்திருந்தான்
நன் நாளை எதிர்பார்த்திருந்தான்

கோப்பரகேசரி வர்மனின்
படைப்பிரிவுகள்
கங்கைக்கரைச் செல்ல
போர்க்குடி வீரர்களுக்கு
அழைப்பு விடுத்தான்
முரசறைவோன்

முரசொலி கேட்ட
இவன் காதுகள் குளிர்ந்தன
நெஞ்சில் உரம் ஏறியது
நரம்புகள் புடைத்தன
போர்க்களத்திற்குச் செல்லத்
தயாராகிவிட்டான்

குடில் காத்த வளர்ப்புத் தெய்வம்
வீரத்தாயை
மண்டியிட்டு பாதம் பணிந்து
வீரத்திலகத்தை நெற்றியில் அணிந்து
புகுந்தான் போர்க்களம்

குதிரைக் குளம்புகளில் புழுதி பறக்க
யானைகள் பிளிரும் ஓசையில்
வானம் நடுங்க
தேர்ப்படைகள்
நிலத்தைப் பிளந்து ஓட
காலாட் படைகள்
காற்றைக் கிழித்து பறக்க
எதிரிகள் படையும்
இவர்கள் படையும் புணர்ந்தது

கொற்றவையை வணங்கி
கொடும் தொழில் புரியும்
கடந்தையார் வீரன்
நாற்புற எதிரிகளையும்
வாளால் தலையைத் தகர்த்தெரிந்தான்
குருதியாற்றில் கால்பதித்து
ஆயுதங்களின் படிக்கட்டில் ஏறி
யானைப்படை வீரர்களின் சிரத்தை
அறுத்தான்
தேர்ப்படை வீரன் குதிரைப்படை வீரன்
என்று எண்ணி எண்ணி
வீரர்களின் உறுப்புகளை சேதப்படுத்தி
விண்ணுலகை அடையச் செய்தான்

எங்கிருந்தோ வந்த
அம்பு ஒன்று
இவன் நெஞ்சைத் துளைத்தது
விழுப்புண் பெற்று
வீரமரணம் அடைந்தான்

போர்குடி வீரனின்
பொன்னுடல் உருவம் பொறித்த
நடுகல் ஒன்று
பொன்விளைந்த கடந்தையில்
வெள்ளாற்றுக் கரையருகே
இன்றும் சாட்சியாக
நின்று கொண்டிருக்கிறது

அன்புவேல் வர்மன்

இராணுவ வீரனின் தியாகம்

போர்களச்சிற்பிகள்

அன்னைத் தாய்நாட்டிற்காக
அன்பானவர்களை பிரிந்து

ஆசைகளை துறந்து ஆவேச வீரனாய்
இராணுவன்

இமயமலை சிகரத்திலும்
இணையில்லா குளிரிலும்

ஈடுகொடுத்து வாழும்
ஈடுயிணையில்லா வீரன்

உறக்கம் துளைத்து உணவின்றி
பலநாட்களாய்

ஊக்கத்தின் திறனில் ஊமையாய்
வாழ்பவன்
எட்டாத உயரத்திலும் எட்டுத்திசை
காத்து நின்று

ஏழைகளின் பாதுகாவலன்
ஏழையின் மனசாளன்

ஐயம் கொள்ளமால் ஐயமின்றி
போர்முனையில்

ஒற்றுமையின் வலிமையோடு
ஒருமைப் பண்போடு

ஓயாத உழைப்பில் ஓங்கிடும்
புகழானாவன்

ஔவியம் கிடைக்கா விடின் உயிர்
துறப்பவன்

தனது குடும்பம் காக்க மறந்தாலும்
தாய்நாட்டு மக்களின் பாதுகாப்பிற்கு
தனது உயிரை தியாகம் செய்யும்
நாட்டின் முதற்கண் குடிமகன்
இராணுவ வீரன்!

ஈ.தவணிதன்
பல்லடம்

சல்லியனும் சாணக்கியனும்

வாகா எல்லையில் வலிமைப் படை
ஒன்று வனவிலங்குகள் போன்று
வாழ்க்கைப் போராட்டத்திற்காக
வனத்தில் வாழ்வாதாரம் பாதித்து
வீரராக உருமாறி உரக்க
அறப்போராட்டம் நடத்தியது

வதனத்தில் புன்முறுவல் பூத்தாலும்
இதயத்தின் ஓரத்தில் ஓர் இனம்புரியாத
ஏக்கம்
வலுவிழந்த தாக்கம்

தாய்நாட்டுக்குதான்
சேவை புரிகின்றனர்
இருந்தும் குடும்பத்தை பாதியில்
விட்டுவிட்டு வந்துவிட்டோமே
என்ற பிரிவு ஒருபக்கம்
உயிர் கொடுக்க துடிக்கும்
தியாகம் மறுபக்கம்

இவ்விரண்டும் இன்னல் படுத்த
காணும் இடமெல்லாம் குண்டு சத்தம்
காதைப் பிளக்க

சேவையே அங்கு தாரக மந்திரம்
தியாகம் பிறப்பின் சாசனம்

என்றோ ஒருநாள்
மடியப்போவது உறுதி
அது தாய்நாட்டிற்காக இருக்கட்டுமே
பகைவர்கள் பத்தடி பாய்ந்தாலும்
படைகள் பதுங்கியிருந்து காத்தல்
அவ்வளவு எளிதல்லவே

விவேகமும், விடாமுயற்சியும்
ஆறாய் பாய வேண்டும்
சண்டை என்று வந்தால்
சண்டிவீரனாகவும் மாறவேண்டும்
சாணக்கியத்தனம்
அவசியம் வேண்டும்

போர்க்கள சிற்பிகளுக்கு
நம் சிரம் தாழ்ந்த வணக்கங்கள்
செலுத்துவது தீரா கடமையில் ஒன்று!

பா.கவுசிகா

ராணுவத் தலைவன்

எல்லையில் கால் கடுக்க நின்று
சிலைபோல் கண்ணயராமல் காத்து
மனதை இரும்பாக்கி
கருவிகளோடு உறவாடி
செடியோடு செடியாய் பதுங்கி
உன் உயிரை துச்சமாய் நினைத்து
பகைவனிடம் நாட்டை காத்து
தியாகத்தின் சின்னமாய் திகழும்
நீ தான் உண்மையான
தலைவன் !

அ.கீர்த்தனா அறிவழகன்

வீரர்கள்

தன் சரித்திரத்தை இறையாக்கி
வல்லமைக்கு வழிக்கண்டு
விடை காண வினாவை அறிந்து
பயம் கொண்டு
இந்நாட்டை
திகைப்போடு பல மாற்றங்கள்
நிகழ்த்தி
இம்மண்ணிற்கு உயிரூட்டி
பலர் வாழ்வினில் அடைந்த
துன்பத்திற்கு பரிசாக
சுதந்திரம் அடைந்தோம்
சுதந்திர வீரர்களைக் கொண்டு !

ஆனர்மதா.

எங்கோ என் மகன்

போர்களச்சிற்பிகள்

மகனே
உன்னையே நினைத்திருக்கும்
எனக்கு உறுதுணையாய்
இருப்பது எங்கோ ஒலிக்கும்
வாழ்க பாரதம்
என்னும் குரல்களும்
எங்கோ பார்க்கும்
தேசிய கொடியின் நிறங்களும்தான்
அருகில் நீ இருந்த போது
உன்மீது பாசமிருக்கும்
எங்கோயிருக்கும்
போது
உன் மீது பெருமை பொங்குகிறது
புறம் போற்றும் தாய் அல்ல நான்
மறம் மிகுந்த வீரத்தாயும் அல்ல
நாட்டிற்கு எங்கோ உழைக்கிறான்
என் மகன் என்று
பூரிக்கும் எண்ணற்ற தாய்களுக்கு
நடுவே வாழும் சராசரித் தாய் !

பநந்தினி.

வழிகள் நிறைந்த வெற்றி

அதிகாலை எழுந்து கதிரவனை
வணங்கி
வேதனைகளையும் தாண்டி வலிகளை
சுமந்து
கல் தடுக்கி கீழைவிழும் நிலையில் கூட
நெஞ்சில் தைரியமும் கண்ணில்
கர்வமும் கொண்டு
கடைசி நொடியில் கால் தடுக்கி
விழுந்தும்
வீழ்வது வெட்கமில்லை வெற்றி
என்பதை உணர்ந்து
முந்தி சென்று முன்னால் நின்றான்
தடைகளையும் தாண்டி தடையத்தைப்
பதிக்க?
அகிலத்தில் நடக்கும் அநீதிகளை
தடுக்க
தடம்புரண்டு போகும் இளம்
தலைமுறையை மாற்ற
தங்களை பணயம் வைத்து எங்களை
காக்க கடவுளால் பரிசிலிக்கப்பட்ட
உன்னதமான துறையிலிருந்து
எங்களை காத்து வரும் காவல்கார்கள்
காலம் கடந்து சென்றாலும் கடைசி
வரை கலையாத கனவில் வெற்றி
மகனாய் நீங்கள் இருப்பீர்கள் !

வே.கனிமொழி

எல்லை நாயகன்

போர்களச்சிற்பிகள்

வீரா
உன்னை ஊர் போற்றும்
உலகம் போற்றும்
நாடு போற்றும்
நகரம் போற்றும்
இனம் மொழி கடந்து நாட்டிற்காக
தன்னை அர்ப்பணித்து
பனி குளிரை பொருட்படுத்தாமல்
உறுதி கொண்ட நெஞ்சோடு
எல்லை இல்லா பாதுகாப்பைத்
தருகின்றாய்
உன் தன்னலம் கருதாது
என்னத்திற்கோ என்னவோ
இந்தியத் தாய் உன்னை
தலையில் வைத்து அழகு பார்க்கிறாள்
நீ எல்லை காக்கும் எங்களின் போராளி !

கு. கவிப்பிரியா

போராட்டமே வாழ்க்கை

காற்றோடு போராடுவது பஞ்சின்
வாழ்க்கை

நினைவோடு போராடுவது காதலின்
வாழ்க்கை

பசியோடு போராடுவது ஏழையின்
வாழ்க்கை

பூனையுடன் போராடுவது எலியின்
வாழ்க்கை

கடனோடு போராடுவது விவசாயின்
வாழ்க்கை

சூரியனோடு போராடுவது பூவின்
வாழ்க்கை

உயிர் வாழப் போராடுவது
இராணுவத்தின் வாழ்க்கை

போராட்டம் இல்லையேல் வாழ்க்கை
அர்த்தமற்றதாகி விடும் !

பெ.சிவனேஷ்வரன்

இராணுவம்

அப்பா என்ற அழைப்பு கேட்கிறதே
அசையாமல் கண்ணீருடன்
இராணுவத்தந்தை

பிரசவலியில் மனைவியின் குரல்
கையில் துப்பாக்கி நடுநடுங்கிய
நிலையில் காக்கும் கணவன்

அம்மாவின் இறுதி உடல் உறவன்றி
கிடக்குது
கொல்லிப்போடக்கூட தகுதியிலந்த
நிலையில் எல்லையில்
இராணுவத்தாயின் மகனாய்

இறப்பின் நிலை
இரவா பகலா
என எதிர்பார்த்து வாழும் எமை காக்கும்
தெய்வமே

ஆசை என்ற இதயத்தின் இசையை
முற்றிலும் துறந்த தியாகியே

பீரங்கி குண்டு பாய்ந்து சிதறிகிடந்த
உடல்
சிதறிகிடந்த ஆன்மாவின் கடைசி
மூச்சுவரை
காத்த ஆருயிர் செம்மலே

சேயினை காப்பவள் தாயென்றால்
தேசத்தையே காக்கும் உன்னை
என்னவென்று
அழைப்பது அகிலம் காக்கும்
தலைவனே

கண்மூடி நான் உறங்க
கண்ணிமைக்காமல் காத்த

அன்பு தகப்பனே

இராணுவம் படித்தாய்
இராப்பகலாய் உழைத்தாய்
யாரென்று அறியாத உயிர்களை
உன் உயிர் கொண்டு காத்தாய்
நெஞ்சில் பாய்ந்த தோட்டாக்களுடன்
வீரமரணமடைந்த
மாவீரனே

கருவறையிலே தேசம் காக்க
உருவெடுத்த உன்னத பிறப்பே

உன் குடும்பம் உனை காண துடிக்க
என் குடும்பம் காக்க எல்லையில் நின்ற
என் அன்பு உறவே

உயிருக்கு நிகர் உயிரே

உன் உயிர் கொடுத்து என் குழம் காத்த
இறைவனின் முதல் விதையே !

மு.மஞ்சு

மனிதக்கடவுள்

ஒருசொட்டு ரத்தம்
அடைக்காத்திடுமே
இப்புவிதனை
ஒருதுளி விழிநீர்
உரைத்திடுமே
உள்ளநேசங்களை

வளமோ? வசதியோ?
வாய்ப்பற்று போகுமே
தேசப்பற்று முன்
காதலோ? மோகமோ?
என்றுமே துளிர்க்குமே
தாய் நாட்டுடன்

தான் இறப்பினும்
தாயகம் நலம்பேணி
நிறைவடைகிறாய் நீ
சிரம்தாழ்த்தி உனை
வணங்கியே
மனிதக்கடவுள்
என்றேன் நான் !

மாயாதி

தியாக முத்துக்கள்

அவனுக்கும் மனமுண்டு
அவனுக்கும் மனைவியுண்டு
அவனுக்கும் காதல் உண்டு
அவனின் காவியக் காதலை
ஓய்வெடுக்கச் சொன்னானோ
பாரதத்தின் காதலைக்
கையில் எந்திக் கொண்டானோ
அணைத்தவளின் அறுசுவை உணவை
விட்டு
பாரத்தின் ஆருயிரைக்
காக்க நின்றானோ
ஈன்ற குழந்தை முகம்
நினைவில் நிற்க
பாரதத் தாயின் குழந்தைகளுக்காக
போர்க்கொடியை கையில்
எடுத்தானோ
குழந்தையை ஏந்தும் கைகளில்
தவழ்கிறது துப்பாக்கியும் குண்டுகளும்

உன் மகிழ்ச்சிக்காக
அவன் மகிழ்ச்சியை
மனதில் புதைத்தவன்
உன் உயிர்க் காய்
அவன் இன்னுயிர் தருபவன்
நீ உன் உறவோடு விளையாட
அவன் தன் உறவை தியாகம்
செய்கிறான்
நீ விண்மீன் கண்டு இரவைக் கழிக்க
அவனோ பனியில் உறைந்து
போகிறான்

அவன் இல்லையேல் நாம் இல்லை
அவன் தியாகம் இல்லையேல்
நம் நிலை என்னவோ?
போர்க்களத்தின் முத்துக்கள்
நம் வாழ்வின் வித்துக்கள் !

ஷாரிகா .தே

ராணுவ வீரன்

சிறுவயது முதல் அவனுக்கு
சீருடை கனவு
நேதாஜியின் மேல் கொண்ட
நேசத்தால்

பட்டாளம் போவேன்
பாரதத்தை காப்பேன்- என்பான்
பள்ளித் தோழரிடமும்
பயிற்றுவிக்கும் ஆசானிடமும்

இளங்கலை முடித்தவுடன்
இந்தியாவை காப்பேன் என்று
இராணுவத்தில் சேர்ந்தான்
இரகசிய உளவாளியாய்

ஆயிரம் மைல்கள் தாண்டி
அடுத்த தேசத்தில்
பகைவர்களை கண்டறியும்
பணியில் அவன் இணைந்தான்

கயவரோடு காவலனும்
கலந்தே வாழுகின்றான்
அடையாளம் மறைத்து
அரும்பணியை முடிக்க

உளவாளி என்ற
உண்மை தெரிந்துவிட்டால்
உயிர் அவனுக்கில்லை என்ற
உண்மை தெரிந்தும்

பகையாளியை பிடித்து
பாரதத்திடம் ஒப்படைக்கும்
அரிய பணிக்காக
அயராது உழைக்கின்றான்

நொடி பொழுதும்
அயராமல் பகைவனுக்கு
நடிப்பதும் தெரியாமல்
துடிப்போடு அவன் இருப்பான்
தூக்கம் மறந்த விழியோடு

தனக்குள்ளே கேள்வி கேப்பான்
தரணி காக்கும் வீர வேந்தன்
வீடு போய் சேரும்- என்
விருப்பம் எப்போ... நடக்குமென்று

வீரப்பணி முடித்து வெற்றி வாகை சூடி
வீடு வரும் உனக்காக
தலைவணங்கி காத்திருப்போம்
தவ முதல்வா உனக்காக !

சீதாலட்சுமி சண்முகம்

ராணுவ களம்

நாடே நான் என்றும்
நாங்களே நாடு என்றும் பாச பணியில்

நாடே என் உயிர் களம்
உறவே என் பொதுநலம்
கடமையே என் உயிர் நலம்
இறப்பே என் பாரத நிலம்

பாதுகாப்பு என்ற பணியில் பாரதத்தை
பலப்படுத்துவோம்
எங்கள் உயிர்களை பரிசளிப்போம்
மற்ற பாரத உயிர்களுக்காக

என் உயிருக்காக பயந்ததும் இல்லை
அந்நியனைகண்டு
பணிந்ததும்மில்லை

கடமைக்காக காயப்படுகிறோம் ஆனால்
காலத்திற்காக கஷ்டப்படுகிறோம்

களத்தில் களை எடுப்போம்
அன்னியர்களின் கழுத்தையும்
எடுப்போம்

எங்கள் உயிர் என்றும் இருப்பதில்லை
நாளைய பொழுது எங்களுக்கு
நிலைப்பதில்லை

தேசத்திற்காக சேதப்பட்ட செம்மர
விதைகளும் நாங்களே
ஆம்
முளைத்துக் கொண்டே இருப்போம்
அளிக்க அளிக்க

ஒரு ராணுவ வீரனாக என்னை மாற்றிக்
கொண்ட அந்த நொடி
.நன்றிகளுடன் !

இவன்
ம.செல்லமுத்து எம்.ஏ..பி.எட்..

நாட்டின் முத்துகள்

நாங்கள் அந்நிய நாட்டிடமிருந்து
பாதுகாப்பாய் இருக்க
நித்தம்உன் உயிரை இழக்கின்றாய்

இரவு பகல் தூக்கமின்றி
நம் நாட்டை காவல் காக்கின்றாய்

இனம்,மதம்
பாராமல் இருக்கின்றாய் இந்தியன்
என்ற உணர்வு உன்னுள்
இருப்பதனால்

வேட்டு சத்தம் கேட்டாலே பயப்படுவோம்
நாங்கள் ஆனால்
அங்கு வெடிக்கும் அணு குண்டு
சத்தத்திலும் சண்டையிட்டு
தைரியமானவனாய் நிற்கின்றாய்
நாட்டிற்காக

உன் குழந்தை மழலை மொழியில்
அப்பா என்று கூறும்போது
இந்த பூமியே நிரம்பிவிடும் அளவில்
கண்ணீர் மழையை பொழிகின்றாய்

நீ பிறக்கும் போது தெரியவில்லை
யாருக்கும் ஆனால் நீ இறக்கும்போது
தெரிகிறது நாட்டிற்காக தியாகம் செய்ய
பிறந்தவர் தான் நீங்கள் என்று

தவழ்ந்து திரியும் வயதில் தாய் மடியில்
உறங்கினாய்
பின் தாயகம் காக்க போராடி மண்ணின்
மடியில் உறங்குகின்றாய்!

ரா.கார்த்திகா

காவல் தெய்வங்கள்

பழம் கனிந்தால் விழும் எனத்
தெளிந்தும்
பச்சையுள்ள காலம் வரை பகட்டுடன்
பாடித்திரிவோம்
ஒரு பூவிற்கு ஒரு கனி
ஒரு பிறப்புக்கு ஒரே வாழ்க்கை

தீ சுடுமென தெளிந்தும் நீயதில் புகத்
துணிந்தாயே
உன் இரும்பு இதயத்தை சிறு நெருப்புத்
தான் தீண்டுமோ?
சிறு சொல்லே தாங்கா அவ்விளகிய
இருப்பை
பட்டறையில் இட்டு பழுக்க காய்ச்சி
சம்மட்டியால் அடித்தாயா?

சிறு துரும்பும் தாக்காமல் திரைச்சீலை
வந்து மூடும் கண்மணியை
சீறிவரும் அம்பென அறிந்தும்
நீ சிறைவாசம் சென்றதென்ன?
மண்ணில் நீரிட்டு குழைத்து
சூளையிலிட்டு சுடுவது போல
உன்னுடலையும் உயிரையும் எதைக்
கொண்டு குழைத்தாய் வீரதீர சூளையிலா?

ஒரே பூவில் பல கனி
காய்க்கும் உபாயம் அறிந்தாயா?
தியாகமென விழுந்த சொல்லை
விளைச்சலாக்க கற்றாயா?

தண்ணீருக்கு என்ன செய்வாய்?
தவிப்பு கூடினால் என்ன செய்வாய்?
தாயழுதால் என்ன செய்வாய்?
தாலி அழைத்தால் என்ன செய்வாய்?
தவழும் தங்கம் கேட்டால் என்ன செய்வாய்?

அரைமணி நேரம் தியானத்திற்கு தீட்ட
மறுக்கும் கூட்டத்தில்,
ஆயுள் வரை வனவாசம் தேடிக்
கொண்டாய்

பரிசுகள் பெறுவதற்கும் பட்டங்கள்
ஆள்வதற்கும் முந்தியடிக்கும்
பதர்க்கூட்டம்
எல்லையில் நின்று எதிரியை
வெல்லனுமென்றால்
எட்டடி பிந்தியடிக்கும்

கணமும் காக்கியுடுப்பில்
கருவறையின் கதகதப்பில்
காவல் தெய்வங்கள்

ஊர் காக்கும் அய்யனாரின் அருவாளில்
துருப் பிடித்தாலும்
நீ ஆன்மாவுடன் ஏந்தும் துப்பாக்கியில்
என்றுமே துருப்பிடிக்காது
வீர வணக்கம்!

சு. மனோரஞ்சிதம்

போராட்ட நாயகர்கள்

என்றென்றும் கொண்டாடுவோமே
வெற்றி இந்தியா
வெற்றி இந்தியா
வீராதி வீரர்கள்
சூராதி சூரர்கள்
நம் மூவ்வண்ண கொடியினை
இதயவாசலாக்கினார்கள்
சட்டைகளில் ஏந்தினார்கள்

அணுதினமும்
தேசத்தின் சுவாசங்களாகினார்கள்

நம் இராணுவ வீரர்கள்
பேரழிவு தாங்கும்
இதய கோவில்கள்

தேசமாகிய நம் வசிப்பிடத்தில்
நமக்கு அடைக்கலம் அளித்தவர்கள்

நமது சுதந்திரம்
ஒவ்வொரு இந்தியனுக்கும்
சிவப்பு கம்பளம் விரிக்கிறது

அந்நிறம் நம் வீரர்களின்
இரத்த கடலிலானது
நம் காலங்கள்
வலம் வருவது
அதன் மேலே தான்

நம் பாதைகள் பிறந்தது
இவ்வழியில்தான்
போராட்டம் போராட்டம்

போராட்டக் கூடமாகிய
நம் தேசத்தை
தம் இரத்த துளிகளால்
அமைதி பூக்களை தூவுபவர்கள்

நம்மை அழிக்க நினைக்கும்
அசுத்தங்களை சுத்தம் செய்பவர்கள்
தமது தோட்டாக்களால்
சுடும் யுக்திகளால்

தேசமே தாய் தந்தை
தேசமே ஆசான்
தேசமே காதலி
தேசமே மனைவி
தேசமே பிள்ளைகள்
தேசமே குடும்பம்

நம் வீரர்கள்
இம்மந்திரத்தை முழங்க
மறப்பதில்லையே
நாளும்

நாளும் படித்திடுங்கள்
இவர்களின் சரித்திரத்தை
நம்மை விதிக்கும்
புதிய கீதைகளிவை!

மு.பிரித்தி

ராணுவம்

மண்ணில் வண்ண வண்ணமாக
பூக்கள் பூக்கலாம்
பனியில் உறையாமல் பூக்கின்ற பூ பனி
போர்வீரன்

தண்ணீர் ஊற்றவும் துணையில்லை
அன்னம் அளிக்கவும் துணையில்லை
உன்னை நீயே சீர்படுத்துகின்றாய்

குக்கிராமங்களில் பிறந்து தன் தாய்
நாட்டிற்காக உயிர் விடத் துணிந்தாய்

கால் அளவு வயிற்றை நிரப்பி வியர்வை
சிந்தும் மானிட உலகில் குருதியை
வியர்வையாக சிந்தும் சிந்தனை
மிகுந்த சிறந்தவன்

இடர்பாடுகளுக்கு இடையில் இருக்கும்
இவ்வுலகைக் காக்கும் இரட்சகன்

நாம் விழிமூடும் வேளையிலும்
கண்விழித்து போராடும் வித்தகன்

நாம் அன்னத்தை அறுசுவைக்கும்
வேளையில் அந்நியரிடம் இருந்து
நம்மை அரவணைப்பவன்

ஆசைகளை நெஞ்சில் சுமந்து கொண்டு
நேர்கொண்ட பார்வையுடன்
நேரங்களைத் துரத்திக்கொண்டு

சிறு விழியசைவில் கட்டளைகளை
இட்டு கடினமான பாதையில் சென்று

நம் விலையற்ற உயிரை காக்கும்
கனிவான இதயம் கொண்ட
இறைவனுக்கு இணையான பாரதம்
காக்கும் ராணுவ வீரர்களுக்கு

எனது எழுத்துகளும் எனது
எழுதுகோலும் தலை வணங்குகிறது!
உமது பெருமையைக் கண்டு !

க. குணபாலன்
சேலம்

இராணுவ கனவு

இராணுவமே
எங்களின் பலமே
என் நாட்டின் இதயமே
என் மக்களின் தைரியமே

உயிர் வாழ இதயம் துடிக்கின்றது
என் நாடு வாழ நீ காக்கின்றாய்
நாடு கருவறையாகினும்
தாய் நீயல்லவா

உன் மீது நேசம் கொண்டேன்
தேசம் மீது நேசம் கொண்டவளாய
மாற்றினாய்

உன்னை விதையாக விதைத்தேன்
என்னை விருட்சமாக மாற்றினாய்

பயிற்சி செய்ய வைத்தாய்
முயற்சி செய்ய தூண்டினாய்
வெற்றியடைய வைப்பாயோ?
என் இராணுவ கனவே !

ச.ஜெய்த்தூன் பாத்திமா

இராணுவ வீரன்

தேசத்தில் தன் உயிர் மட்டும் காக்கும்
சுயநலவாதிகள் வாழும் நாட்டிலே

அச்சுயநலவாதிகள் வாழும்
தேசத்தையும் காக்க
தன் உயிரைத் தரும் தயாளனே
மரணமென்பது என்றாவது ஒருநாள்
என்று அறிந்த மனிதரே பயத்தின்
விளிம்பில் வாழ்கின்றபோது

மரணத்தின் விளிம்பில் அனுதினமும்
போராடும் உங்களால் மட்டும் எப்படி
பயமில்லாமல் வாழமுடிகிறது

இதனால்தான் என்னவோ இவ்வுலகம்
உங்களை வீரன் என்று
அழைக்கிறதோ

வீரனே
சுயநலம் இல்லாத மாமனிதன் நீ
ஆசைகள் துறந்த துறவி நீ
கனவுகள் தொலைத்த இளைஞன் நீ
தூக்கம் மறந்த காவலன் நீ
நாட்டைக் காக்கும் கடவுளும் நீ

வணங்குகிறேன் வீரனே
உந்தன் பாதம் பணிந்து !

க. சகரியா
தென்காசி மாவட்டம்

முற்று பெறாத கவிதையாய்

தேசமெமது
தேசமெமது
தேசத்தின் மேல்
குறையா
நேசம் எமது

அன்னை நேசம்
அன்பால் ஈர்த்தது
அன்னை தேசம்
அதன் பால் ஈர்த்தது

பனி போன்ற மனது
பணியால் பாறையானது

கல்லுக்குள்ளே ஈரம்
கண்மூடா வீரம்
நான் ராணுவ வீரன்

நாங்கள் ஊண் தேடி உடல்
வளர்ப்பவர்கள் அல்ல
உடல் வளர்த்து
உயிர் தருபவர்கள்

இமயம் முதல்
குமரி வரை – எமக்கு
ஊரும் ஒன்றே
பெயரும் ஒன்றே

எங்களின் இன்றைய
வாழ்க்கையை
இழக்கிறோம் –
நாட்டின் நாளைக்காக

தண்டவாளம் போலத்தான்
யாழும், எம் வீடும்
ஒரு வாளம் எம் வீடு
ஒரு வாளம் நாங்கள்
இணையாக செல்ல முடியும்
இணைந்து அல்ல

கனவுகள் சுமந்து
ஊர் வருகிறோம்
நினைவுகள் சுமந்து
நாடு திரும்புகிறோம்
ரயிலும், வெயிலும்
பனியும், பனியுமே
எம் நெருங்கிய நண்பர்கள் –
அதிலும்
ரயில் பாதி நண்பன்
பாதி எதிரி –
ஊர் வருகையில்
நண்பன்
திரும்புகையில் எதிரி

மனைவியின் அழகுக்குரலும்
மகளின் அழுகுரலும்
கேட்க மட்டுமே முடிகிறது
தொலைபேசியில்

அப்பப்போ வந்து
செல்வதால் தான் அவர்
அப்பா - என்றே நினைவிருக்குமோ
என்னை என் மகளுக்கு

மடலுக்குள் மனது
போர்வைக்குள் பொங்கலும்
தீபாவளியும்
விகடனோடும் குமுதத்தோடும்
எம் தமிழ் தொடர்பு

கடந்தமுறை
கண்டவர்களில்
சிலரை
கண்ணீர் அஞ்சலியில்
காண்கிறோம்

எங்களை குழந்தைகளாய்
பெற்றவர்கள்
உண்மைத் தியாகிகள்
என் குழந்தையை பெற்றவளோ
உணர்வுத்தியாகி
என் மனைவியினும்
நெருக்கமாய் –
மிக இறுக்கமாய்
அணைத்தபடி
இருப்பது துப்பாக்கி தான்

ஒரு நரகாசுரனை
கொன்றதனால்
ஒரு தீபாவளி ஊருக்கு
நரகாசுரர்களை
கொல்வதனால்
தினம் தினம் தீபாவளி தான்
எங்களுக்கு

வெளுத்து போன
தேசத்திலே – இன்னும்
அலுத்து போகாத
நம்பிக்கையில்
நாட்டுக்காக
நாங்களிங்கே
எல்லையில்
சண்டையிட

நாட்டுக்குள்ளே
நீங்களெல்லாம்
எல்லையில்லாச்
சண்டையிட
வெறுக்கிறோம் - எல்லை
சண்டையையும்
எல்லையில்லா
சண்டையையும்

போர்க்கொடி பிடித்ததில்லை
எப்போதும் ஓர் கொடிதான்
தேசியக்கொடி

தேசமென்னும்
கவிதை நூலின்
நாங்கள்
முற்று பெறாத கவிதைகள் !

வினோத் பரமானந்தன் .

என் அண்ணன்

உடன் பிறந்து
உடன் வளர்ந்தவன்

கல்லூரி முடித்து
நாட்டை காக்க சென்றவன்

துப்பாக்கி தூக்கி
நின்றவன்

நாடுதான் குடும்பம் என நினைத்தவன்

உன்னால் பெருமை கொண்டோம்
பிரிவை கண்டோம்
அண்ணா

144 தடை உத்தரவும்
போரின் கூட்டத்தில் நீ

நெஞ்சில் துப்பாக்கி குண்டு பெற்றாய்
நாட்டிற்கு உன்னை தந்து

வீட்டிற்கு உன் புகைப்படம்
மட்டுமே பூஜை அறையில்

மீண்டும் பிறப்பாயா என்னுடன்!

இரா. கலைவாணி எம்., ஏ.

நன்றியுரை

என்னை
தொகுப்பாசிரியராக மாற்றி, பல கவிஞர்களின் திறமைக்கு ஒரு வாய்ப்பை அளித்து, அவர்களின் கவிதைகள் அனைத்தையும் தொகுத்து நூலாக வழங்கும் ஏலே பதிப்பகத்திற்கும், உங்கள் எழுத்துக்கள் உலகத்துடன் பேசட்டும் என்ற தாரக மந்திரத்தை அனைவருக்கும் கற்று தரும் எனது book benchers குழுவிற்கும் எனது மனமார்ந்த நன்றிகள்!

இப்படிப்பட்ட அற்புதமான வாய்ப்பை எனக்கு வழங்கிய ழுளுங ' கலாம் நேசகி அபிதா அக்கா அவர்களுக்கும் என் அன்பு கலந்த நன்றி

தமிழை சுவாசிப்பவள்
பா. சுரேகா